ആലീസ് തോമസ്

കണ്ണൂർ ജില്ലയിലെ ആലക്കോട് ജനനം.

പിതാവ് പരേതനായ തോമസ് കെ.സി. മാതാവ് മേരി.

ആലക്കോട് എൻ എസ് എസ് ഹൈസ്കൂളിൽ സ്കൂൾ വിദ്യാഭ്യാസം. പത്തനംതിട്ട ജില്ലയിലെ ഓതറ എൻ എസ് എസ് ടീച്ചേഴ്സ് ട്രെയിനിങ് സ്കൂളിൽ നിന്നും ടി.ടി.സി പഠനം. ഇക്കണോമിക്സിൽ ബിരുദവും സോഷ്യോളജിയിൽ ബിരുദാനന്തര ബിരുദവും നേടിയിട്ടുണ്ട്. കാസറ ഗോഡ് ജില്ലയിലെ കൊട്ടോടി ഗവൺമെന്റ് ഹയർ സെക്കന്ററി സ്കൂൾ അധ്യാപിക. അധ്യാപന രംഗത്ത് 35-ാം വർഷം.

കാലിക്കറ്റ് സർവകലാശാലയിൽ നിന്നും കൗൺസലിംഗ് സർട്ടിഫിക്കറ്റ് നേടിയിട്ടുണ്ട്. ആകാശവാണിയിൽ സുഭാഷിതം പരിപാടി അവതരിപ്പി ച്ചു വരുന്നു. ആനുകാലികങ്ങളിൽ കവിതകൾ എഴുതാറുണ്ട്.

കൊട്ടോടിയിൽ സ്ഥിരതാമസം.

മക്കൾ : അമല തോമസ് (യു.കെ.) ആകാശ് മാർട്ടിൻ തോമസ്, ആശ മെർലിൻ തോമസ്.

മരുമകൻ : റോബർട്ട് ജോർജ് (യു.കെ)

കൊച്ചുമോൻ : ഡേവിഡ് ജോർജ് റോബർട്ട്

ഫോൺ : 9497504428

Malayalam Language
Nee Ente Sooryan
(Poems)
by
Alice Thomas

♦

Published in January 2023
by Kairali Books Private Limited
Thalikkavu Road, Kannur.
Ph : 0497-2761200
E-Mail : kairalibooksknr@gmail.com

♦

Front Cover Photo
Jestin K.C, Flash Studio

♦

Back Cover Photo
Swaroop, Digital Eye Studio

♦

Cover Design
Prasanth Mangad

Price ₹ :150.00
94/22-23/Sl.No.1402/500/NS 18.6
ISBN 978-93-93397-38-6

നീ എന്റെ സൂര്യൻ

ആലീസ് തോമസ്

കൈരളി ബുക്സ്

ഉള്ളടക്കം

മുൻവാക്ക്

പ്രകൃതിയിലെ ഓരോ കാഴ്ചയും കൗതുകത്തോടെ നോക്കി കണ്ടിരുന്ന ബാല്യകാലം. പ്രകൃതിഭംഗി മനസ്സിൽ ആനന്ദവും ആശ്വാസവും നിറച്ചു. പ്രകൃതിയോടു കൂട്ടുകൂടിയ നാളുകൾ. കിളിനാദങ്ങളോടൊപ്പം ആകാശവാണിയുടെ സുഭാഷിതങ്ങളും കേട്ടുണർന്ന കുട്ടിക്കാലം. പള്ളിമണി നാദവും റേഡിയോയിലൂടെ ഒഴുകിവന്നിരുന്ന ചലച്ചിത്ര ഗാനങ്ങളും അരിച്ചെടുത്ത് ഒരുപോലെ ഹൃദയത്തിലേക്ക് ആവാഹിച്ച സംഗീത ആസ്വാദക. ഇതൊക്കെയായിരുന്നു ചെറുപ്പകാലത്തിന്റെ ഓർമ്മകൾ.

ജീവിതാനുഭവങ്ങളുടെ നേർക്കാഴ്ചകൾ തിളച്ചു തൂവിയപ്പോൾ അത് അക്ഷരപ്പൂക്കളായി വിരിഞ്ഞിരിക്കുന്നു. ആ പൂക്കളിൽ കൊരുത്തതാണ് 'നീ എന്റെ സൂര്യൻ' എന്ന എന്റെ പ്രഥമ കവിതാ സമാഹാരം. വഴിയിൽ കവിതയുടെ കനലുകൾ വെന്തുരുകിയത് എപ്പോഴാണെന്ന് ഓർമ്മയില്ല.

ബഹളമയമായ ആൾക്കൂട്ടങ്ങളിലും ഏകാന്തതയിൽ സ്വസ്ഥത തേടിയ ഒരു മനസ്സാണ് കവിതയുടെ ചിറകടിക്ക് കാരണമായതെന്ന് പലപ്പോഴും തോന്നിയിട്ടുണ്ട്.

മറ്റൊരുതരത്തിൽ പറഞ്ഞാൽ ജീവിതത്തിലെ വർഷകാലങ്ങളാണ് കവിതയിൽ വസന്തം വിരിയിച്ചത്. യാത്രകൾ ഒരുപാട് ഇഷ്ടമായിരുന്നു. ഒറ്റയ്ക്കുള്ള യാത്രകളായിരുന്നു കൂടുതൽ ആസ്വദിച്ചത്. പ്രകൃതിയിലേയ്ക്കും എന്നിലേക്കും ഊളിയിടാനും ഏകാന്തതയുടെ തുരുത്തിലിരുന്ന് ഭാവനയുടെ ചിറകിലേറാനും യാത്രകൾ സഹായിച്ചു.

എന്റെ ആദ്യ കവിത 'ഒരു ശിശുദിനം കൂടി പുലരുമ്പോൾ' യാദൃച്ഛികമായി പിറവിയെടുത്തതാണ്. പത്തു വർഷങ്ങൾക്കു മുമ്പ് ഒരു ശിശുദിനത്തിൽ സ്കൂൾ ബ്ലോഗിലേക്ക് ഒരു കുറിപ്പ് എഴുതിത്തരണമെന്ന് ആവശ്യപ്പെട്ടത് അനുസരിച്ച് എഴുതാനിരുന്നതാണ്. എഴുതിത്തുടങ്ങിയപ്പോൾ വരികളിൽ താളം കൂട്ടു വന്നു. അങ്ങനെയാണ് എന്റെ കന്നിക്കവിത പിറക്കുന്നത്. എഴുതിയത് കവിത തന്നെയാണോ എന്നൊരു ശങ്കയോടെയാണ് അതു കൊടുത്തത്. എന്നാൽ വായിച്ചവരുടെയൊക്കെ ഹൃദയത്തിൽ ഒരു വിങ്ങലായി ആ വരികൾ പടർന്നു എന്ന് കേട്ടപ്പോൾ സന്തോഷം തോന്നി.

മനസ്സിനെ പലപ്പോഴും അസ്വസ്ഥതപ്പെടുത്തിയിരുന്ന ഒരു കാര്യമായിരുന്നു കുട്ടികൾക്ക് പ്രത്യേകിച്ച് പെൺകുട്ടികൾക്ക് പലയിടങ്ങളിൽ നിന്നും അനുഭവിക്കേണ്ടി വരുന്ന തിക്താനുഭവങ്ങൾ. എഴുതിക്കഴിഞ്ഞപ്പോൾ മനസ്സിന് എന്തെന്നില്ലാത്ത ഒരു സ്വസ്ഥതയും ശാന്തതയും അനുഭവപ്പെട്ടു.

ഒറ്റ ഇരുപ്പിൽ എഴുതിയ ആ വരികളിൽ ഒരു വെട്ടോ തിരുത്തോ വേണമെന്ന് പിന്നീട് ഒരിക്കൽപ്പോലും തോന്നിയിട്ടില്ല. തിരുത്ത് വേണമെന്ന് ഇതുവരെ തോന്നിയിട്ടില്ലാത്ത ഒരേയൊരു കവിതയും അതുതന്നെയാണ്. 'ഗുരുദക്ഷിണ' അധ്യാപന ജീവിതത്തിലുണ്ടായ ഒരു തിക്താനുഭവത്തിൽ നിന്ന് പിറവിയെടുത്താണ്.

ഇനിയെങ്ങനെ? എന്തിന്? എന്നീ ചോദ്യങ്ങൾ ആവർത്തിക്കപ്പെടുമ്പോൾ ഉണ്ടാകുന്ന സങ്കടങ്ങൾ ജീവിതത്തെ തന്നെ മൂടുമെന്നാകുമ്പോൾ മുമ്പിലേക്ക് നീളുന്ന വിരൽത്തുമ്പാണ് 'നീ എന്റെ സൂര്യൻ'.

നമ്മുടെ ഇഷ്ടങ്ങളും ആഗ്രഹങ്ങളും ഒക്കെ മാറ്റിവെച്ച് ആർക്കോ വേണ്ടി എന്തിനോ വേണ്ടി സന്ധി ചെയ്യപ്പെടുന്ന ജീവിതം.! ഒടുവിൽ സമരസങ്ങൾ അനന്തമായി നീളുമ്പോൾ പാഴായിപ്പോയ ദിനങ്ങളെ ഓർത്തുള്ള വിലാപം.

പ്രണയമെന്ന അതിവിശിഷ്ട ഭാവത്തെ വിശുദ്ധമായ ഒന്നായി ഹൃദയത്തിലേയ്ക്ക് ആവാഹിക്കുമ്പോൾ അതിന് ഏഴല്ല എഴുന്നൂറ് ഭാവങ്ങൾ വിരിയിക്കാൻ പറ്റുമെന്ന് പ്രണയമേ സാക്ഷ്യപ്പെടുത്തുന്നു.

ഏഴ് വർഷം മുമ്പ് എഴുതിയ ഈ കവിതകൾക്ക് ശേഷം എഴുത്തിന് ഒരു അർദ്ധവിരാമം ഇട്ടു. പിന്നീട് ഇക്കഴിഞ്ഞ രണ്ടു വർഷത്തിനിടയിൽ കുറിച്ചവയാണ് ബാക്കിയുള്ള കവിതകൾ.

കീറിപ്പറിഞ്ഞു പോയ ചില സ്വപ്നങ്ങളെ തുന്നിക്കൂട്ടിയെടുക്കുന്നവയാണ് ചില വരികളെങ്കിൽ, ഒത്തിരി പ്രതീക്ഷയോടെ നെയ്തെടുത്ത ചില അനർഘനിമിഷങ്ങൾ അകന്നു പോകുമ്പോൾ ഉണ്ടാകുന്ന അസഹ്യമായ വേദനയുടെ പ്രതിഫലനങ്ങളാണ് മറ്റു ചില കവിതകൾ.

കഴുത്തറ്റം വരെ തികട്ടി വന്ന കയ്പുകളെ ആർക്കോവേണ്ടി കുടിച്ചിറക്കേണ്ടി വന്നതിന്റെ പരിഭവങ്ങളും പറഞ്ഞു പോകാതെ വയ്യ. വരികളിൽ എന്നെയും നിങ്ങളെയും വായിക്കാം.

എന്റെ വരികളെ പുസ്തകത്തിലേക്ക് ചേർത്തുവയ്ക്കാൻ പ്രത്യക്ഷമായോ പരോക്ഷമായോ പ്രേരണയായ പ്രിയരോട് വാക്കുകളിലൂടെ മാത്രം നന്ദി പറഞ്ഞാൽ മതിയാവില്ല. അവരുടെ സ്നേഹപൂർവ്വമായ നിർബന്ധമാണ് ഈ പുസ്തകത്തിന്റെ പിറവിക്ക് നിമിത്തമായത്. അവരോടാണ്

ഞാൻ കടപ്പെട്ടിരിക്കുന്നത്. അവരോരുത്തരും എനിക്ക് സൂര്യന്മാരാണ്. ആ വെളിച്ചം ഞാൻ നിങ്ങളിലേക്ക് പകരട്ടെ...

ഞാൻ ഏറ്റവും സന്തോഷിച്ച നിമിഷം 'നീ എന്റെ സൂര്യൻ' എന്ന എന്റെ കവിതാസമാഹാരത്തിന് അവതാരിക എഴുതിത്തന്ന മലയാളത്തിന്റെ ശ്രേഷ്ഠകവി പി.കെ ഗോപി എന്നോട് കാണിച്ച വിശാലമനസ്കതയാണ്. ഒത്തിരി അഭിമാനിക്കുന്നു. പി.കെ.ഗോപി സാറിനോടുള്ള നന്ദിയും കടപ്പാടും ഹൃദയപൂർവ്വം രേഖപ്പെടുത്തുന്നു. സാറിന്റെ അവതാരിക ഇനിയുള്ള എന്റെ എഴുത്തിന് കൂടുതൽ തെളിമയേകും എന്നതിൽ സംശയമില്ല.

കൈരളി ബുക്സിനോടും എന്റെ അകം നിറഞ്ഞ നന്ദി അറിയിക്കുന്നു.

ആലീസ് തോമസ്

അകമുറിവുകളുടെ മൗനഭാഷ

പി. കെ. ഗോപി

അകമുറിവുകളെ ആരെങ്കിലും പരിഭാഷപ്പെടുത്തിയാൽ ഫലമെന്താവും! മൗനങ്ങളെ ആഴത്തിൽ വാചാലമാക്കിയാൽ എന്തായിരിക്കും ഫലം? വിടരുമ്പോഴും വാടിവീഴുമ്പോഴും നിറയുമ്പോഴും ശൂന്യമാകുമ്പോഴുമുള്ള നിമിഷങ്ങളത്രയും ഭാഷയിലാവിഷ്കരിച്ചാൽ എന്തായിരിക്കും വികാരം! ഒരു പക്ഷേ, കവികൾക്കു മാത്രം പറയാവുന്ന ഉത്തരമേ ആ ചോദ്യത്തിനു ലഭിക്കുകയുള്ളൂ.

"എന്തിനാണ് ഓരോ നിമിഷവും
ഞാൻ മുറിപ്പെടേണ്ടത്
ഏതു വേദനയും ശരീരത്തിലും
മുറിപ്പെടുത്തലുകളെ മനസ്സിലും
എന്നേ ആവാഹിച്ചുകഴിഞ്ഞു ഞാൻ!"

ആത്മയാഥാർത്ഥ്യങ്ങളെ കളങ്കമില്ലാതെ ഉൾക്കൊള്ളുകയും അംഗീകരിക്കുകയും ചെയ്യുന്ന ഏകാകിയായ എഴുത്തുകാരിയാണ് ശ്രീമതി ആലീസ് തോമസ്. കൃത്രിമജീവിതങ്ങളുടെ കപടനാട്യങ്ങളോടു പൊരുത്തപ്പെടാൻ കഴിയാതെ പൊറുതിമുട്ടിക്കഴിയുമ്പോഴാണ് അവർ തൂലികയെ അഭയം പ്രാപിക്കുന്നത്. ഹൃദയമിടിപ്പിനു കാതോർക്കുന്ന ഏകാഗ്രതയിൽ അവർ തേങ്ങലുകൾ കേട്ട് അസ്വസ്ഥമാവുന്നു. സഫലമാകാത്ത ഓർമ്മകളുടെ കണ്ണീർ നനവിൽ അവർ സ്നേഹത്തിന്റെ ഭാവസ്പർശം ആഗ്രഹിക്കുന്നു. തൊട്ടാവാടിയേയും വാനമ്പാടിയേയും ഒരേപോലെ കണ്ട് അവർ നെടുവീർപ്പിടുന്നു. സ്വപ്നങ്ങളെയും ദുഃഖങ്ങളെയും ആറ്റിക്കുറുക്കി കവിതയിലേക്കൊഴുക്കുന്നു.

"എന്റേ തേങ്ങിക്കരച്ചിലുകൾ
അവർ കണ്ടില്ലെന്നു നടിച്ചപ്പോൾ
'ഉരുൾപൊട്ടിയ' എന്റെ കണ്ണീർച്ചാലുകളെ നോക്കി
അവർ ശാപവാക്കുകൾ ചൊരിഞ്ഞു."

നശിപ്പിക്കപ്പെടുന്ന പ്രകൃതിയുടെ വേദനയും പ്രതികരണവും ആലീസ് തോമസിന്റെ കവിതകളിൽ നിറയുന്നു. തെളിനീരുറവകളുടെ

വിശുദ്ധിയെ വിഷലിപ്തമായ പ്രളയം വിഴുങ്ങുന്ന നിർഭാഗ്യത്തിനു മുൻപിൽ അക്ഷരങ്ങൾക്കെന്തു ചെയ്യാൻ കഴിയും? പ്രതിഷേധത്തിന്റെ അഗ്നിചിന്തകൾക്കിടയിൽ മനസ്സാക്ഷിയുടെ തൂവൽ വിരിച്ച് മുന്നറിയിപ്പു നൽകാനാവും. ആദികവിയെ പിൻപറ്റി അരുതേ, എന്നു നിലവിളിക്കാനാവും.

"വാക്കു കൊണ്ട്
ആകാശത്തോളം
പൂക്കുകയും കൊഴിയുകയും ചെയ്യുന്ന
മൗനമരമാണ് മനസ്സ്."

കവിതയിലെ വാക്കുകൾക്ക് മനോഹരമായ നിർവ്വചനമാണ് ഈ വരികൾ. ഹൃദയവഴിയിൽ മുദ്ര പതിപ്പിക്കുന്ന ലളിതമായ പദങ്ങൾക്കിടയിൽ നിന്ന് ആരോ പൊട്ടിക്കരയുന്നതുപോലെ വായനക്കാർക്കു തോന്നിയേക്കാം. നിറവേറാതെ പോയ ആഗ്രഹങ്ങളോ വാഗ്ദാനമോ, കൈവിട്ടു പോയ ഇഷ്ടങ്ങളോ, നൊമ്പരത്തിന്റെ കാരണമായേക്കാം. കാലമെത്ര കഴിഞ്ഞാലും ചില മുറിവോർമ്മകൾ വ്രണങ്ങളായിത്തന്നെ അവശേഷിച്ചേക്കാം. പക്ഷേ, ആ മുറിവുകളുടെ ഭാഷയിൽ നിന്ന് കവിത പുറപ്പെടുന്ന നിമിഷം, അവാച്യമായ ആത്മസാക്ഷാത്കാരത്തിന്റെ ധ്യാനസംതൃപ്തി ലഭിക്കുന്നു.

ഒന്നും വെട്ടിപ്പിടിക്കാനല്ല ആലീസ് തോമസ് കവിത കുറിക്കുന്നത്. മിന്നാമിനുങ്ങിന്റെ നുറുങ്ങുവെട്ടം പോലെ ഒരനുഭവസാന്നിധ്യം. ചില്ലയും കൂമ്പും കരിഞ്ഞുണങ്ങാതിരിക്കാൻ കണ്ണീരിന്റെ കരുതൽ. വേനൽത്തീയിൽ ഒരു കുമ്പിൾ ജലത്തിന്റെ ദിവ്യദാനം. ഗദ്ഗദങ്ങളുടെ പ്രതിധ്വനി ബോധ്യപ്പെടുന്നവർക്ക് ഈ കവിതകൾ പ്രിയപ്പെട്ടതായേക്കാം. തുളുമ്പാൻ ആഗ്രഹിക്കാത്ത സങ്കടങ്ങളുടെ ഈ മൺകുടം സ്വീകരിക്കുക. അനുഭവങ്ങളുടെ ഗുരുദക്ഷിണയിൽ നിന്നും ഇത്തിരിയെങ്കിലും പകർന്നെടുക്കുക.

ആശംസകളോടെ....

പാളം തെറ്റിയ ചിന്തകൾ

പാളം തെറ്റിയ ചിന്തകളുടെ
ചില്ലകളിലാണ്
കവിതപ്പൂവ് വിരിഞ്ഞത്!
പാകമായില്ലെന്നു വിധിയെഴുതിയ
മനസ്സിനെ
എഴുത്തിനിരുത്തിയത്!

പൊൻകണി നീ

മണ്ണിലും മനസ്സിലും
ആയിരം കണിക്കൊന്ന
ദീപങ്ങൾ തെളിയുന്ന
മേടമാസം.

പൊള്ളുന്ന വേനലിൽ
ഉള്ളം തപിക്കുന്ന
ഉർവിതൻ മാറിൽ
മധുമാസം.

മന്ദസ്മിതം തൂകി
മന്ദാനിലൻ മൂളും
പാട്ടിന്റെ ഈണത്തിൽ
ചൈത്രമാസം.

വിഷുപ്പക്ഷി പാടുമീ
പുലരിയിൽ മനസ്സിൽ
ഉണരുന്നു വീണ്ടും
മൃദുഹാസം.

മഞ്ഞപ്പട്ടാട ചുറ്റി-
യണച്ചെന്റെ നെറ്റിയിൽ
ചാർത്തുന്ന ചുംബന
രസലാസ്യം...

♦

പെൺവിളക്ക്

ഉമ്മറവാതിൽക്കൽ നീ
കൊളുത്തുന്നൊരാ
നിലവിളക്കിൻ തിരി
നാളങ്ങൾ പോലവെ
ജ്വലിക്കുന്നു മാനസ
കോവിലിൽ നിത്യവും
സ്നേഹസ്വരൂപമായ്
ദേവിയായീ...
അമ്മയായ്, പെങ്ങളായ്,
പാതിയായ് നീ പിന്നെ
പ്രണയം തുളുമ്പുന്ന
പ്രേയസിയായ്...
ശക്തിസ്വരൂപിണീ
കാരുണ്യരൂപിണീ
കവിഭാവന വാഴ്ത്താത്ത
ഭാവങ്ങളിനിയുണ്ടോ...
മാധുര്യമൂറുന്നൊരമ്മിഞ്ഞ-
പ്പാലിൽ നീ പകരുന്നു
ദിവ്യമാം ജീവാമൃതം.
നിൻവിരൽത്തുമ്പിൽ
കൊരുക്കുന്ന ജപമണി
മാലയിലുതിരുന്നു
പ്രാർഥനാമന്ത്രങ്ങൾ,
വീടിനും നാടിനും കാവലാളായ്
കോട്ട തീർക്കുന്നു
നിന്നിലെ മാതൃത്വ ഭാവങ്ങൾ.
വേഷപ്പകർച്ചകൾ
ആടിത്തിമിർക്കുവാൻ

ഇഷ്ടവേഷങ്ങൾ
അഴിച്ചു നീ ത്യാഗിനീ...
ജീവിതപ്പലഹാര രുചിയേറ്റീടുവാനായ്
ഉപ്പാന് അലിഞ്ഞു ചേരുന്നു
നീ നിത്യവും.
പെണ്ണെന്ന തണലിന്റെ
കുളിരിൽ കുരുക്കാത്ത
വർണവസന്തങ്ങൾ
ഭൂമിയിലുണ്ടാമോ...!
♦

മരണാനന്തരം

'മരണാനന്തര ബഹുമതി'യായി
നിങ്ങൾ എനിക്ക് കാത്തുവച്ചിരിക്കുന്ന
'പൊന്നാടകൾ'
എന്നെ അണിയിക്കരുത്.
വീർപ്പുമുട്ടിക്കുന്ന ഭംഗിവാക്കുകൾ
അനുശോചനങ്ങളിൽ
എന്റെ പേർക്ക് ചാർത്തരുത്.

ജീവിച്ചിരുന്നപ്പോൾ
എന്റെ കണ്ണ് നിറച്ചവർ
എന്റെ വിയോഗത്തിൽ
കണ്ണുനീർ പൊഴിക്കരുത്.

ഒറ്റപ്പെടുത്തലുകളിൽ
ഒപ്പമില്ലാതിരുന്നവർ
എന്റെ ജഡത്തിനുചുറ്റും
എനിക്ക് കാവൽ ഇരിക്കരുത്.
നിങ്ങളുടെ പ്രാർത്ഥനാ മന്ത്രങ്ങൾ
എനിക്ക് അരോചകമാകും.

ജീവിച്ചിരിക്കെ
'മരണമൊഴികളിൽ'
എന്നെ കൊന്നവരും
ഒറ്റു കൊടുത്തവരും
ഒരോർമകൊണ്ട് പോലും
എനിക്ക് അന്യരായവരും
'അന്ത്യചുംബനം' തന്ന്
വീണ്ടും എന്നെ
വിഷമിപ്പിക്കരുത്

ഇഞ്ചിഞ്ചായി കൊലചെയ്യപ്പെട്ട
എന്റെ മനസ്സിനെ
അടക്കം ചെയ്ത
എന്റെ ചത്ത ശരീരത്തിൽ
ലേബൽ ഒട്ടിച്ച
റീത്തുകളുടെ
മത്സരവും വേണ്ട.
ചങ്കെടുത്തു കൊടുത്തിട്ടും
ചങ്കിൽ കുത്തിയിട്ട് പോയവരുടെ
കള്ള കുമ്പസാരങ്ങളും
എനിക്ക് കേൾക്കണ്ട...

വാടിവീണപ്പോഴൊക്കെയും
മനസ്സുകോർത്ത്
ചേർത്തണച്ച
എന്റെ പ്രിയപ്പെട്ടവരെ
ഒരിക്കൽ കൂടി എനിക്ക്
കാണണം
'അന്ത്യ ദർശനം' തന്ന്
എനിക്കായൊരു
പുഞ്ചിരിപ്പൂ
എൻ ഹൃദയത്തിലേക്ക്
നീട്ടണം.

അവസാനമായി
ഒരിക്കൽക്കൂടി ഞാനെന്റെ
ഹൃദയമിടിപ്പിന്
കാതോർക്കട്ടെ.
ഇനിയും മരിച്ചിട്ടില്ലാത്ത
എന്റെ മനസ്സ് അപ്പോഴും
നിങ്ങൾക്കായി തുടിക്കുന്നുണ്ടാകും...!

♦

മുറിവുകൾ

എന്തിനാണ് ഓരോ നിമിഷവും
ഞാൻ മുറിപ്പെടേണ്ടത്,
ഏത് വേദനയും ശരീരത്തിലും
മുറിപ്പെടുത്തലുകളെ മനസ്സിലും
എന്നേ ആവാഹിച്ചു കഴിഞ്ഞു ഞാൻ!
♦

സമ്മാനം

വാഗ്ദാനം ചെയ്യപ്പെട്ട
പ്രതീക്ഷിത സമ്മാനത്തിന്റെ
സഫലമാകാത്ത ഓർമ
വീണ്ടും വീണ്ടും എൻ മനസ്സിനെ
കണ്ണീരണിയിക്കുന്നു.
          കിട്ടിയ പല സമ്മാനങ്ങളും
          വെറും ബിംബങ്ങൾ മാത്രമായ്
          ചില്ലലമാരയിൽ തിളങ്ങിയിട്ടും
എന്തിനെന്നറിയില്ല
ഓരോ നിമിഷവും
ഈ വാഗ്ദാനത്തിന്നോർമ
എൻ ചിന്തകളെ
ഈറനണിയിക്കുന്നു.
          ഒടുവിൽ ഞാനറിയുന്നു
          കിട്ടിയ പാരിതോഷികങ്ങൾ
          മാത്രമല്ല, ദാതാക്കളും
          എൻ കണ്ണിനു പോലും
          കൗതുകമേശാത്ത
          കാഴ്ചക്കാർ മാത്രമായിരുന്നപ്പോൾ
പ്രതീക്ഷിതസമ്മാനം
വാഗ്ദാനം ചെയ്തതെൻ
കരളിന്റെയുള്ളിലെ ചില്ലലമാരയിൽ
ഞാൻ പ്രതിഷ്ഠിച്ച ഉടയാത്ത
മായാത്ത സ്നേഹത്തിന്റെ
മൂർത്തിമദ് ഭാവമത്രെ.!

♦

താരകൾക്കൊപ്പം വാനമ്പാടിയും

സംഗീതത്തറവാട്ടു മുറ്റത്തു നിൻ
നാദ ധാരയിൽ തെളിഞ്ഞൊരാരാ
പൊൻ ചിരാതിൽ
മഴവില്ലുതിർത്തൊരാ സംഗീതസാന്ദ്രമാം
ശബ്ദവീചികൾ നിലച്ചുവെന്നോ!
ശബ്ദത്തിൻ വിസ്മയ മാസ്മരഭാവങ്ങൾ
മിഴിവോടെ മീട്ടി നിൻ വിപഞ്ചികയിൽ
ഒരു യുഗമെന്നല്ല ഒരു ജന്മമെന്നല്ല
യുഗയുഗാന്തരങ്ങളിൽ ചേക്കേറി നീ...
ഭാരത ഭൂഖണ്ഡ ഹൃദയത്തിൽ
നീ തീർത്ത നാദതരംഗ
സ്വരമാധുരി
ജാതി മത ഭേദ ഭേദങ്ങൾ
ഭേദിച്ച് വിസ്മയ ശ്രുതിമീട്ടി
മാനസത്തിൽ.
സഹ്യനിലെന്നല്ല, വിന്ധ്യഹിമാചല
സാഗരസീമകൾക്കപ്പുറവും
പ്രതിധ്വനിച്ചീടുന്നു നിൻ
സപ്തസ്വരധാര ഉയിരേകി
മിഴിവേകി പാരിടത്തിൽ.
ആ ശബ്ദമാധുര്യ നാദ പ്രപഞ്ചത്തിൻ
മാസ്മര ശ്രുതിയിൽ ലയിച്ചിടുമ്പോൾ
പുളകിതമാകുന്നു എന്നുള്ളം അറിയാതെ
പാടുന്നെൻ മാനസ തന്ത്രികളും.
ശ്രുതിലയ താളങ്ങൾ ഓളങ്ങൾ തീർക്കുന്ന
സംഗീതസാഗര നീലിമയിൽ
സംഗീതസാന്ദ്രമായ്
മൃദു മന്ദസ്മിതം തൂകി

മഴവില്ലുതിർക്കുന്നു മാനസത്തിൽ
അലയടിച്ചുയരട്ടെ മനമുദിച്ചുയരട്ടെ
ദിവ്യമാം ആ നാദ സ്വരമാധുരി
ചക്രവാളങ്ങളും ഭേദിച്ചിടട്ടെ നിൻ
നാദതരംഗ പ്രതിധ്വനികൾ!
എരിയുന്നു നിൻ നാദ സംഗീതജ്വാലകൾ
ഉയരുന്നു എന്നിലും ആ ചിതാഗ്നി
ജ്വലിക്കുന്നു നിൻ മനകാന്തിയും
ശബ്ദവും അച്ചിതാഗ്നിക്കും
മേലെയായി.
അനന്തവിഹായസ്സിലായിരം
താരകൾക്കൊപ്പമായ് നീയും
ഉപവിഷ്ടയായ്.
നമിക്കട്ടെ പാട്ടിന്റെ റാണിനിൻ
ഓർമകൾ ദീപ്തമായീടട്ടെ
അനുനിമിഷം...!
♦

ഭൂമിയുടെ രോദനം

എന്നെയോർക്കുവാൻ
ഓർമിപ്പിക്കുവാൻ
എത്രയെത്ര ദിനങ്ങളാണ്
നിങ്ങളെനിക്ക്
ചാർത്തി തന്നിരിക്കുന്നത്...?
　　ഞാൻ ഇനിയും ഇവിടെ ബാക്കിയുണ്ടെന്ന്
　　എന്നെ ബോധ്യപ്പെടുത്തുവാൻ
　　മാത്രമായോരോ
　　ആഘോഷങ്ങളും ആചരണങ്ങളും!
എന്റെ മാറിൽ ചവിട്ടി മെതിച്ച്
നിന്നുകൊണ്ട്
മണ്ണിൽ തൊടാതെ
മരം നടാനവർ മത്സരിച്ചു.
ക്യാമറക്കണ്ണുകൾ എല്ലാം
ഒപ്പിയെടുക്കുന്നുണ്ടെന്ന്
ഒന്നു കൂടി ഉറപ്പുവരുത്തി.

പൊള്ളുമെന്നുടലിനു തണലേകിയ
അരുമവൃക്ഷത്തെ വെട്ടിയൊതുക്കി
അവർ ഉദ്ഘാടനവേദിയൊരുക്കി.
ഒഴുക്കുമറഞ്ഞ എന്റെ നദികളുടെയും
പുഴകളുടെയും മാറിൽ
യന്ത്രക്കൈകൾ വീണ്ടും വീണ്ടും
കുത്തിക്കീറി.
വികസന മുദ്രാവാക്യമുയർത്തി
എന്റെ വർണാഭമായ ഉടയാടകളെ
ഓരോന്നായി അവർ
ഉരിഞ്ഞെടുത്തു.

വിവസ്ത്രയാക്കപ്പെടുന്നതിനേക്കാൾ, വേദന
ഓരോ അരുമകളോടും
വിട പറയുമ്പോളായിരുന്നു.
'ഭൂമി മനുഷ്യനു വേണ്ടിയല്ല,
മനുഷ്യൻ ഭൂമിയ്ക്ക് വേണ്ടിയാണ്.'
എന്നുദ്ഘോഷിച്ചുകൊണ്ട്
ഭൂമിയുടെ അവകാശികളെയൊക്കെ
അവർ ആട്ടിപ്പുറത്താക്കി.

കൂടുകൂട്ടാനൊരു മരം
തേടിയലഞ്ഞ ആൺകിളി
മുട്ടയിടാൻ വെമ്പി നിന്ന
തന്റെ ഇണയുടെ കാതിൽ
വേദനയോടെ ചോദിച്ചു.
'ഒരു കല്ലേറിനും മഴുവിന്നുമിടയിൽ
നമ്മുടെ പൊന്നോമനകളെ
ഹോമിക്കണോ?'
'കാടിറങ്ങുന്ന മൃഗങ്ങളും,
കാടു കയറുന്ന മനുഷ്യരും.
കടലിന് കരയിലേക്ക് വഴികീറുന്ന
വികസനവാദികളും
പരിസ്ഥിതി സ്നേഹികളും.
ഇരിക്കും കൊമ്പു മുറിപ്പവർ!

എന്റെ തേങ്ങിക്കരച്ചിലുകൾ
അവർ കണ്ടില്ലെന്നു നടിച്ചപ്പോൾ,
'ഉരുൾപൊട്ടിയ' എന്റെ
കണ്ണീർ ചാലുകളെ നോക്കി
അവർ ശാപവാക്കുകൾ
ചൊരിഞ്ഞു.

ഒടുവിൽ
അവസാന തരിമണ്ണും
യന്ത്രക്കൈകൾ കവർന്നെടുത്തപ്പോൾ
'കണ്ണുതിരുമ്മി അടയ്ക്കാനൊ'രുങ്ങിയ
തെളിനീരുറവയെ ഞാൻ
തിരികെയെൻ
ഗർഭത്തിലേക്ക് ആവാഹിച്ചു!
♦

സൗഹൃദം

തണലൊരുക്കി
പൂമെത്ത വിരിച്ച്
പൂത്തുലഞ്ഞു നിൽക്കുന്ന
വാകമരമായിരുന്നെന്റെ
സൗഹൃദം.
എന്നാൽ ഇടയ്ക്കിടെ
വീശിയടിച്ച കാറ്റും
മഴയും ഇടിയുമൊക്കെ ചേർന്ന്
എന്റെ പൂക്കളെ കൊഴിച്ചിട്ടപ്പോളും
കത്തുന്ന വെയിലിൽ
എന്റെ പൂമൊട്ടുകൾ
കരിഞ്ഞു വീണപ്പോളും
ഇനിയും വരുമല്ലോ
വസന്തമെന്നോർത്ത്
പൂക്കളില്ലാത്ത-
പൂന്തണൽ ഇല്ലാത്ത
പൂമൊട്ടു വിരിയാത്ത
ആ മരത്തിലേക്ക്
വീണ്ടും വീണ്ടും ഞാൻ
ചേർന്നു നിന്നു.
ഒരു വസന്തസ്പന്ദനത്തിന്റെ
ദള മർമരവും കാതോർത്ത്.
ഏതു കാറ്റിനും മഴയ്ക്കും
ഉലയ്ക്കാൻ പറ്റാത്ത തരത്തിൽ
അതിന്റെ വേരുകളെ
എന്റെ ഹൃദയത്തിന്റെ
ആഴത്തിലേക്ക് അപ്പോഴും
ഞാൻ ചേർത്തു പിടിച്ചിരുന്നു.

♦

വാക്ക്മരം

ഒരു വാക്കിലായിരുന്നു
തളിർത്തതും മൊട്ടിട്ടതും
ഒരു വാക്കിൽത്തന്നെയായിരുന്നു
വിടരുന്നതിനു മുമ്പു തന്നെ
അവയൊന്നിച്ചു കൊഴിഞ്ഞുവീണതും
വാക്കുകൊണ്ട് ആകാശത്തോളം പൂക്കുകയും
കൊഴിക്കുകയും ചെയ്യുന്ന
മൗനമരമാണ് മനസ്സ്.
♦

നമ്മളിടങ്ങൾ

'നീ എന്നോ ഞാൻ' എന്നോ ഇല്ലാത്ത
'നമ്മളിടങ്ങൾ' മാത്രമായിരുന്നു
നമുക്കിടയിൽ.
നമ്മൾ കണ്ടകനവുകൾക്ക്
ഒരേ നിറമായിരുന്നു.
നമ്മുടെ കദനങ്ങൾക്ക്
ഒരേ ഭാവവും!
ഓരോ കൂടിച്ചേരലുകളിലും
ജീവിതഭാണ്ഡങ്ങൾ നാം
പരസ്പരം അഴിച്ചുവെച്ചു.
ആശ്വാസ നിശ്വാസങ്ങൾ ഉതിർത്ത്
പൂത്തുലഞ്ഞ മനസ്സിന്റെ
ഗന്ധം നാം ആവോളം
ആസ്വദിച്ചു.
നിന്റെ മൊഴികളിൽ ഞാൻ
ഈണം ചേർത്തുവച്ചപ്പോൾ
നമ്മൾ മൂളിയ പാട്ടുകൾക്ക്
ഒരേ താളമായിരുന്നു.
പരിഭവത്തിലൊളിപ്പിച്ച
പിണക്കങ്ങളിൽ
നാം വീണ്ടും ഇണങ്ങി
ഇഴുകിച്ചേർന്നു.
ചിറകുമുളച്ച മൗനത്തിലൂടെ
ഇഷ്ടങ്ങൾ പറയാതെ അറിഞ്ഞു.
ശ്വാസം മുട്ടിക്കാത്ത മനസ്സുതുറക്കലുകൾ
ഹൃദയത്തിലേയ്ക്കൊരു
വഴിവെട്ടി.

എന്നാൽ
നിനയ്ക്കാതെ കയറിവന്ന
ചിലകൊടുക്കൽ വാങ്ങലുകൾ
എത്ര വേഗമാണ്
വാക്കുകൾ വാളാക്കി
ഹൃദയഭിത്തിയിൽ
വിള്ളൽ വീഴ്ത്തിയത്!
കണക്കുതീർക്കലുകളിൽ
വിങ്ങിപ്പൊട്ടിയ മനസ്സ്
മൗനത്തിന്റെ ഉലയിലേക്ക്
എറിയപ്പെട്ടത്!
അതെ
നമ്മളിടങ്ങളിൽ ഇപ്പോൾ
വിങ്ങുന്ന മൗനം മാത്രം!..
♦

വ്രണങ്ങൾ

എത്ര ശ്രമിച്ചിട്ടും മറക്കാനാകാതെ
ചില മുറിവോർമകളുണ്ട്
സുഷുപ്തിയിലാണ്ടു കിടക്കുമ്പോളും
അകമേ ജ്വലിക്കുന്ന കനലുകൾ!
        നിറവേറാതെ പോയ ഒരാഗ്രഹമോ
        മോഹന വാഗ്ദാനമോ
        ഏറെ പ്രിയമുള്ളൊരാളിന്റെ
        വാക്കിന്റെ ചീളോ
        ഹൃദയത്തിന്നുടമസ്ഥന്റെ
        ഹൃദയമില്ലായ്മയോ!
പരിഹാസ്യയാകുകയാണെന്നറിഞ്ഞിട്ടും
ആർക്കോവേണ്ടി തോറ്റു
കൊടുത്തതിന്റെ മുറിപ്പാടുകളോ!
        ചില സത്യങ്ങൾ വളച്ചൊടിക്കപ്പെടുന്നതു
        കണ്ടിട്ടും കാണാതെ, കേട്ടിട്ടും കേൾക്കാതെ
        ദൃക്സാക്ഷിയാകേണ്ടി വന്നതിന്റെ
        വിങ്ങലുകളും!
മറ്റുള്ളവരെ ബോധ്യപ്പെടുത്താനുള്ള
പാഴ്ശ്രമത്തിനൊടുവിൽ
'ജീവിക്കാതെ ജീവിച്ചുതീർത്ത'
ജീവിതത്തെ ഓർത്തോ?
അറിയില്ല.
കാലമെത്ര കഴിഞ്ഞാലും
ചില മുറിവോർമകൾ
വ്രണങ്ങളായിത്തന്നെ
ഇപ്പോഴും ഇങ്ങനെ...
♦

അക്ഷരവെട്ടം

പോരുക പോരുക ചങ്ങാതികളെ
വായന തന്നുടെ ചിറകേറാം
അറിവിൻ അക്ഷരദീപം തെളിയും
പുസ്തകമാം ചിരാതേന്തി
അജ്ഞാനത്തിൻ തമസ്സകറ്റി
വിജ്ഞാനത്തിൻ ഒളി വിതറാൻ
പുസ്തകമാകും ഖനിയിലിരിപ്പൂ
പല പല വർണ ജാലങ്ങൾ!
കുട്ടിക്കാലം സുന്ദരമാക്കാൻ
കുട്ടിക്കഥകൾ കേട്ടീടാം
ഭാവന തന്നുടെ ചിറകു വിടർത്തി
കുഞ്ഞിക്കവിതകൾ മൂളീടാം...
നമ്മുടെ പ്രകൃതിയെ വായിച്ചീടാൻ
നമ്മുടെ സുകൃതികൾ വളർത്തീടാൻ
നമ്മുടെ ശീലം നമ്മിലെ നമ്മൾ
സന്മാർഗ്ഗത്തിൻ വഴിയേറാം.
ചരിത്രഗാഥകൾ തിരുത്തിയെഴുതാൻ
നവയുഗചരിത്രം രചിച്ചീടാൻ.
വിജ്ഞാനത്തിൻ അഗ്നി പടർത്തി
ഉള്ളിലെ അഗ്നി ജ്വലിപ്പിക്കാം.
നമുക്കു നേർവഴി കാട്ടിയ ധീരൻ
പുസ്തകത്താളിലിരിപ്പുണ്ട്.
വായിച്ചീടാം നമ്മൾക്കെന്നും
നമുക്കുപാത തെളിച്ചവരെ.
പ്രണമിച്ചീടാം നമുക്കുമുമ്പെ
വിജ്ഞാനത്തിരി പകർന്നവരെ.
വിശ്വമാനവ സാഹോദര്യത്തിൻ
വീരഗാഥകൾ രചിച്ചവരെ.

പ്രകൃതിയെ അറിയാൻ
അമ്മയെ അറിയാൻ
വായിക്കുക നാം ഗ്രന്ഥങ്ങൾ.
വായിക്കുക നാം ഇതിഹാസത്തിൻ
ഗീതിമുഴക്കിയൊരേടുകളെ.
കീർത്തിക്കുക നാം സ്വാതന്ത്ര്യത്തിൻ
പാതകൾ വെട്ടി നയിച്ചവരെ.
നല്ലൊരു വായനശാല നമുക്കായ്
നല്ലൊരു സദ്യ വിളമ്പീടും
എരിവും പുളിയും മധുരവുമുപ്പും
കയ്പും നമ്മൾ നുകരേണം.
നല്ലൊരു സദ്യ നമുക്കായൊരുക്കിയ
ഗ്രന്ഥപ്പുരകൾ കാത്തിടാം.
സ്നേഹിച്ചീടാം സൂക്ഷിച്ചീടാം
അക്ഷരമാകുമീ സമ്പത്ത്.
കൊടുക്കുന്തോറുമെടുക്കുന്തോറും
വർധിച്ചീടും സമ്പത്ത്.
നമ്മുടെ നാട്ടിൻ സംസ്ക്കാരത്തിൻ
അടയാളങ്ങൾ തീർത്തീടും
പലതരം പുസ്തകം മേളിക്കുന്നൊരു
ഗ്രന്ഥപ്പുരകൾ ആഭരണം.
അക്ഷരമാകും അഗ്നിയെരിക്കാൻ
അടുപ്പുകൂട്ടുക ഹൃദയത്തിൽ
ആ പൊന്നൊളിയിൽ ജ്വലിച്ചിടട്ടെ
പിന്നെയുമായിരം ഹൃദയങ്ങൾ...!

♦

മൗനം

മൗനം മധുരമെന്ന് കവി
മധുവെന്ന് പൂവ്.
മുഖം നഷ്ടപ്പെട്ട സത്യമാണതെന്ന്
മനസ്സ്.
        നിശ്ശബ്ദമാക്കപ്പെട്ടവന്റെ നിലവിളിയാണത്.
        അതിജീവനത്തിൽ നിന്നുള്ള ഒളിച്ചോട്ടവും.
        മൗനം ഭഞ്ജിച്ച് 'അതിജീവിത'.
        തൊണ്ടയിലിട്ടു പൂട്ടപ്പെട്ട മാനത്തിന്റെ
        കണക്കു പുസ്തകമാണതെന്ന് 'ഇര'.
        വിദ്വാനും വിഡ്ഢിക്കും ഭൂഷണമെന്ന്
        'വ്രണിത'.
കാമിനിക്ക് മൗനം വാചാലമാണ്.
കാമുകന് കോട്ടയും.
ഭർത്താവ് അതിൽ അഭയം തേടുമ്പോൾ
ഭാര്യയാകട്ടെ അമർഷം കൊള്ളുന്നു.
        മുറിവേറ്റവന്റെ കണക്കു പുസ്തകത്തിൽ
        മൗനം കൊണ്ട് ഒഴിച്ചിടപ്പെട്ട
        കോളങ്ങളാണ് അധികവും.
        അസ്ഥാനത്തുള്ള മൗനത്തെക്കാൾ
        മാരകമായി മറ്റെന്താണുള്ളത്!
        രക്ഷപ്പെടലിന്റെ, ഒഴിവാക്കലിന്റെ
        പകവീട്ടലുകളുടെ
        സൂത്രവാക്യം കൂടിയാണത്.
ചില മൗനങ്ങൾ
സ്വപ്നങ്ങൾക്ക് പൂത്തുലയാനുള്ളതാണ്.
ചിലത് കരിച്ചുകളയാനും.
        'ഇരുതലവാളാണ്' മൗനം.
        പറഞ്ഞതിനേക്കാൾ

പറഞ്ഞുപോയതിനേക്കാൾ
മൂർച്ചയുണ്ടതിന്.
മൗനം മറയാണ്.
ഒളിച്ചോട്ടത്തിനുള്ള മറ.
പറഞ്ഞതിനും പറയാതെ പോയതിനും
ഇടയിലുള്ള
അളക്കപ്പെടാത്ത അഗാധത!
പിന്നിൽ നിന്നും മുന്നിൽനിന്നുമുള്ള
ഒളിയമ്പുകളെ
മൗനം കൊണ്ട് തടുക്കാം.
മൗനം ഒരു പരിചയുമാണ്.
മൗനത്തിനർഥം തിരഞ്ഞു ഞാൻ
ചുറ്റിലും മൗനത്തിലാണ്ടവർ മാത്രം!
നീളുന്ന നിശ്ശബ്ദതയ്ക്കും
മൗനമെന്നാണോ പേര്?
മനനം ചെയ്യുന്നതാകട്ടെ മൗനം.
മൗനിയാകണം
അടിച്ചമർത്തപ്പെടുന്ന ശബ്ദങ്ങൾക്കും
തേങ്ങലുകൾക്കും കാതോർക്കാൻ.
മനസ്സാക്ഷിയുടെ സ്വരം തിരിച്ചറിയാൻ...
മൗനത്തെക്കുറിച്ച് നീണ്ട
വാഗ്വാദങ്ങൾക്കൊടുവിൽ
വീണ്ടും ഞാൻ മൗനിയായി.

♦

കണിക്കൊന്ന

നിറമൊന്നുമില്ലെങ്കിലും
പല നിറമാകാൻ കൊതിക്കുന്നവരുടെ ലോകത്ത്
'എനിക്കാവതില്ലേ പലനിറമാകാൻ'
എന്ന് പരിതപിച്ച കവിയോട്
പരിഭവമില്ലെനിക്ക്.
പലനിറമാകാൻ പടവെട്ടി
ഒരു നിറവുമില്ലാതെ
കൊഴിഞ്ഞു വീഴുന്നവരുടെ കാലത്ത്
കണികാണുവാൻ മഞ്ഞസ്മിത-
മണിയുന്നതു തന്നെയല്ലേ
സായൂജ്യം.
അതുതന്നെയല്ലേ ഒരായുസ്സിന്റെ
സാഫല്യവും.
ആണ്ടിൽ ഒരിക്കലേ
പൂക്കുന്നതെങ്കിലും
എല്ലാവരും എൻ
സാന്നിധ്യമറിയുന്നു.
ആഗ്രഹിക്കുന്നു
ആസ്വദിക്കുന്നു
ആഘോഷവുമാക്കുന്നു.
വർഷത്തിൻ കൊടും ശൈത്യവും
വേനലിൽ കൊടും താപവും
തല്ലിക്കെടുത്താൻ ശ്രമിച്ചപ്പോഴും
ഉള്ളിന്റെയുള്ളിൽ ആർക്കോവേണ്ടി
തളിർക്കാനും, പൂക്കാനും, വിരിയാനും
സുഗന്ധം പടർത്താനും
വെമ്പൽ കൊണ്ടൂ ഞാൻ.

അതുമാത്രമാണെൻ
നിയോഗവുമെന്ന്
ഞാനല്ലാതാര്
തിരിച്ചറിയേണ്ടൂ.!
♦

പ്രണയമേ...

ഇത്രയും മധുരമീ
പ്രണയമെന്നറിയുവാൻ
ഇത്രയും വൈകിയതെന്തിനു ഞാൻ!
ചുടുമണൽക്കാട്ടിലെ
തീക്കനൽക്കാറ്റേറ്റ്
ചില്ലയും കൂമ്പും കരിഞ്ഞുണങ്ങി
പുതുനാമ്പുകൾ തല-
നീട്ടാനുമാവാതെ
ഇനി വേണ്ടെനിക്കൊരു
പുതുജന്മവും
എന്നുറപ്പിച്ചു ഞാൻ
പൂട്ടിയൊരെൻ മന-
ക്കണ്ണിന്റെയുള്ളിലെ
കണ്ണുകളിൽ
ഒരു മിന്നാമിന്നിന്റെ
നറുവെട്ടം കണ്ടുഞാൻ
അത്ഭുത സ്തബ്ധയായ്
നിന്നതെന്തോ...!
ഇത്തിരിവെട്ടത്തിൽ
മിന്നിമറഞ്ഞതൊരായിരം
മഴവില്ലിൻ കാന്തിയല്ലോ.
ഏഴല്ലെഴുന്നൂറു
വർണങ്ങൾ ചാർത്തിയെൻ
മനസ്സിലാ മഴവില്ലു
കൂടുകൂട്ടി.
ഇതുവരെ അറിയാത്ത
അനുഭവിച്ചീടാത്ത
ഏതോ വികാരത്തിൻ

ആർദ്രതയിൽ.
ഉള്ളിന്റെയുള്ളിലെയുള്ളം
കുളിർത്തിട്ടോ
ഒരു കുഞ്ഞു നാമ്പിന്റെ
യിതൾ വിരിഞ്ഞു.
എന്തിനീ പാഴ്ജന്മമെന്നു
പുലമ്പി ഞാൻ
പാഴാക്കി നീക്കിയൊരെൻ
നാളുകൾ...
ഒരുവട്ടം കൂടിയെന്നന്തരംഗത്തി-
ലൂടുൾക്കുളിരേകി കടന്നുപോയി.
മധ്യവയസ്സിന്റെ ഉച്ചവെയിലേറ്റ്
വാടിയൊരെൻ മനകാന്തി പിന്നെ-
വീണ്ടുമാ പഴയ കൗമാരച്ചിറകേറി
ലജ്ജ തൻ മൂടുപടമണിഞ്ഞു.
പ്രണയാർദ്രയായി ഞാൻ
പിന്നേതോ മുകിലിന്റെ
പൊൻചിറകേറി പറന്നുവല്ലോ.
എൻമനക്കോണിലെ പ്രണയമാം പൂത്തിരി
എൻമുഖകാന്തിയിൽ പൂവിരിച്ചു.
ആ സുഗന്ധത്തിന്റെ
മാന്ത്രിക സ്പർശത്തിൽ
പിന്നെയും നാമ്പിട്ടു
പാഴ്ച്ചെടികൾ!
പ്രണയത്തെക്കാളെന്തു
മധുരമാം പേർ ചൊല്ലി
വിളിക്കേണ്ടു നിന്നെ നിൻ
പ്രണയിനി ഞാൻ!!
♦

പറയാതെ പറയുന്നവ

‘കറുത്തവളുടെ പാട്ടിന്
കേൾവിക്കാരില്ലെന്ന്
പായാരം ചൊല്ലി
പാട്ടു മറന്ന കുയിൽ
കറുപ്പാണ് സൗന്ദര്യമെന്ന്
മഴവില്ല് മൊഴിഞ്ഞപ്പോൾ
വീണ്ടും പാട്ടുതേടി’ കൂട്ടിൽ.
　　　　കരിച്ചുണക്കിയ വെയിലിനെ ശപിച്ച്
　　　　തളിർക്കാൻ മടിച്ച ചില്ലകൾ
　　　　കനവോരങ്ങളിൽ കാറ്റിന്റെ കൈകൾ
　　　　തൊട്ടുതലോടിയ നേരം
　　　　വീണ്ടും മൊട്ടണിഞ്ഞെന്ന്!
മനസ്സിൽ പലവട്ടം പടിയിറക്കിയിട്ടും
തന്റെ നിർവികാരതയിൽ
അവൻ വീണ്ടും വിരലുകൾ ആഴ്ത്തിയപ്പോൾ
ഉടലാഴങ്ങളിൽ പക്ഷെ
മരുഭൂമിയുടെ വന്യതയും
ശൂന്യതയും ആയിരുന്നു.!

♦

ഭാരതാരവം

എഴുപത്തഞ്ചിൻ മധുരം നുകരും
സ്വാതന്ത്ര്യത്തിൻ പൊൻപുലരി
ആകാശത്തിന് തിലകം ചാർത്തി
ഖദറിൽ തുന്നിയ മൂവർണം
വിന്ധ്യഹിമാചല ഗിരിനിരകൾ...
വന്ദേമാതര അലയൊലികൾ... (2)
(എഴുപത്തഞ്ചിൻ)
അഹിംസയാകും മഷിയിൽ
ചാലിച്ചെഴുതിയ
ധീരചരിത്രങ്ങൾ (2)
ഹൃത്തിൻ അഴലുകൾ
ഭേദിച്ചിട്ടവ
കാറ്റിൻ അലകളിൽ
അലിയുന്നു. (2)
കടലിൻ തിരകൾ
അതേറ്റുവാങ്ങി
ഒഴുകി വിശ്വവിഹായസ്സിൽ (2)
(എഴുപത്തഞ്ചിൻ)
ഏകത്വത്തിൻ ഇതിഹാസങ്ങൾ
മനസ്സിൽ ഇനിയും എഴുതുക നാം (2)
സഹനഗാഥ തൻ ചരിതമാകുക
ശാന്തിമന്ത്രം മുഴങ്ങട്ടെ (2)
ഭാരതാരവമുയർത്തുക നാം
ഭാരതാംബതൻ മക്കൾ നാം... (2)
(എഴുപത്തഞ്ചിൻ)

♦

ഓർമപുസ്തകം

ഒരു വിരൽസ്പർശം കൊതിക്കുമെൻ
ജീവിതപുസ്തകത്താളുകൾ
മുന്നിൽ വിടരുന്നു.
ഓരോ ഇതളിലും
എന്നെ വായിക്കുന്നു ഞാൻ
വ്യത്യസ്ത സൗരഭ്യ ശോഭയോടെ.

കാണുന്നു ഞാനതിൽ
സ്വർണലിപികളാൽ
വെട്ടിത്തിളങ്ങുമനുഭൂതികൾ.
എഴുതിയും മായ്ച്ചും വീണ്ടും എഴുതിയും
പടർന്നുപോയൊരക്ഷരക്കൂട്ടുകൾ
ചേർന്ന് വികൃതമാക്കിയ
ചില പേജുകളും.
കറുത്ത മഷിയുടെ ഇരുണ്ട നിഴലിൽ
വീണ്ടെടുക്കുന്നു ചില ഓർമ്മകൾ
എഴുതി മതിവരാതെ
എഴുതാൻ വരികൾ തികയാതെ
അക്ഷരങ്ങളും ചിഹ്നങ്ങളും
വീർപ്പുമുട്ടുന്നു
ചില പേജുകളിൽ.
കണ്ണീരുപ്പു പടർന്ന്
ദ്രവിച്ച ചില പേജുകളിൽ
ഇപ്പോഴും പ്രതിധ്വനിക്കുന്നു ഗദ്ഗദങ്ങൾ
അരുതുകളിൽ തുളുമ്പാൻ
അനുവദിക്കാത്ത സങ്കടങ്ങളെ

അണകെട്ടി നിർത്തിയിരിക്കുന്നു.
ചില പേജുകളിൽ.
പൂർത്തിയാക്കാനാവാതെ
പാതികുറിച്ചുവച്ച
ചില പേജുകളിൽ
നഷ്ട സ്വപ്നങ്ങളുടെ തേങ്ങലുകൾ!
എങ്കിലും ഞാനീ പുസ്തകത്തെ
ഹൃദയത്തോട് ചേർക്കുന്നു.
പ്രിയമുള്ളൊരോർമ തൻ
തേനൂറും സ്വപ്നങ്ങൾ
നെയ്തു സൂക്ഷിച്ചതും
ഈ പുസ്തകത്തിലെ തന്നെ
ഏറെ പ്രിയമുള്ളൊരു
താളിലായിരുന്നു!

♦

കറുത്ത വെളിച്ചം

‘കറുത്തവരെ’ ന്ന് മുദ്രകുത്തി
മാറ്റി നിർത്തിയവരായിരുന്നു
‘വെളുത്തവർ’ തള്ളിയിട്ട
ഇരുൾ കുഴിയിൽ
വെളിച്ചമായി മാറിയത്.
♦

അനിലാക്ഷരങ്ങൾ

'അനിൽ' എന്ന നാമം മധുരതരം എന്നാൽ
അനിലനും അനലനും അർക്കനുമാണു നീ-
അന്വർത്ഥമാകുമാ നിസ്വാർഥ സ്നേഹ
സമീപനമാണു നിൻ മായാത്ത മുഖമുദ്ര...

ഗണിതശാസ്ത്രത്തിന്റെ കാർക്കശ്യപാഠങ്ങൾ
കണിശമായ് കാത്തുസൂക്ഷിക്കുന്നു നീ എങ്കിലും
ഹൃദയാന്തരംഗത്തിൽ സാമൂഹ്യപാഠത്തിൻ
സീമകൾ ലംഘിച്ച് കൂടെപ്പിറപ്പാകും.

കനവിന്റെ ഓരത്ത് അക്ഷരസൂര്യനായ്
നീ ഉതിർക്കുന്നൊരാ മൊഴിമുത്തുകൾ
തീർക്കുന്നു ഞങ്ങളിൽ ഓരോ നിമിഷവും
കാർമേഘമൊഴിയുന്ന പുതിയൊരാകാശം

നിനവിൽ നീ നിറയുന്നു നിറചന്ദ്രശോഭയായ്
സുഖമുള്ള സാമീപ്യ സൗരഭ്യമായ്
അനുസ്യൂതമൊഴുകട്ടെ നിൻനർമ്മ സാന്നിധ്യം
നിറയട്ടെ കവിയട്ടെ കർമമണ്ഡലങ്ങളും.

♦

ഗുരുദക്ഷിണ

ഏകലവ്യന്റെ വിരലെടുത്ത
ഗുരുവായിരുന്നില്ല ഞാൻ.
അമ്പും വില്ലുമേന്തുവാ-
നുള്ളതായിരുന്നില്ലെനിക്കെൻ
കൈവിരലുകൾ.

അറിവിന്റെ മുത്തുകളാകുന്ന
അക്ഷരങ്ങൾ തൊടുത്തൊരെൻ
കൈവിരലുകൾ
എത്രയോ സത്യം!
എന്നുനിനച്ചു വീണ്ടും വീണ്ടും
ഞാനെയ്ത അക്ഷര ശരങ്ങൾ
വഴിതെറ്റിയെന്നോ?
ദിശമാറിയെന്നോ!

വാരിയെടുത്തവർ, അതിനെ
കാരിരുമ്പിൻ കൂരമ്പുകളാക്കി
എൻ നേർക്കു തിരിച്ചയച്ചപ്പോൾ
എൻ ഹൃദയ പുസ്തകത്തിലവ
അക്ഷരക്കോലങ്ങളാൽ
അഭിമാനക്ഷതങ്ങൾ തീർത്തിട്ടും
ഞാനവയെ ഓമനിച്ചെൻ
നെഞ്ചോടു ചേർത്തു.

ഒടുവിൽ, എനിക്കുള്ള
ഗുരുദക്ഷിണയായവരെൻ
കൈവിരലുകൾ തന്നെ
ഛേദിച്ചെടുത്തപ്പോൾ;

നൊന്തതെൻ
വിരലുകളായിരുന്നില്ല.
അക്ഷരത്തെറ്റുകൾ കൊണ്ടവർ
വികൃതമാക്കിയൊരെൻ
നെഞ്ചകം മാത്രവുമായിരുന്നില്ല.

അജ്ഞതയുടെ, ദുരഭിമാനത്തിന്റെ
അന്ധകാര ശക്തികൾക്കെതിരെ
ഏകയായ് പടവെട്ടി ഞാൻ
നേടിയെടുത്തൊരെന്നിലെ
അറിവിന്റെ നിറവിന്റെ
വിശുദ്ധിയായിരുന്നു.
♦

ചുമട്

ചെറുപ്പം മുതലേ കേട്ടു തഴമ്പിച്ച
'നീയൊരു പെണ്ണാണ്' എന്ന
ഓർമപ്പെടുത്തലാണ്
പലപ്പോഴായി മനസ്സിന്
അസ്വാതന്ത്ര്യത്തിന്റെ ചുമട് തന്നത്.

ചെറുതെങ്കിലും കഴുത്തിൽ വീണ
താലിയിലൂടെ
കീഴടങ്ങലിന്റെയും
സമരസപ്പെടലിന്റെയും
രുചിയറിഞ്ഞു.

ആദ്യഗർഭത്തിലൂടെ
ചുമടല്ലാത്തൊരു ഭാരത്തിന്റെ
കനമറിഞ്ഞു.
ഒമ്പത്മാസം ചുമന്ന കണക്ക്
അമ്മയ്ക്ക് മാത്രം പറയാനുള്ളതാണ്.
ഭാരമല്ലെങ്കിലും 'ഘനമായ്' തോന്നിയ
'ചുമടുകളുടെ ചുമട്'.
അതൊന്നിറക്കി വച്ചാൽ
ആശ്വാസമായല്ലോ എന്ന് കരുതി.
എന്നാൽ അതൊരു തുടക്കം
മാത്രമായിരുന്നെന്ന് പിന്നീടുള്ള
ചുമടുകളുടെ പരമ്പര പറഞ്ഞുതന്നു.
ഒന്നിറക്കി വയ്ക്കുമ്പോൾ
അടുത്തതേതെന്ന
സംശയം മാത്രമേ ഉണ്ടായിരുന്നുള്ളൂ.
വലിപ്പത്തിൽ മാത്രമായിരുന്നു വ്യത്യാസം.

ഭാരം എല്ലാത്തിനും ഒന്നു തന്നെ.
അവസാന ചുമടിന്റെയും
ഭാരമിറക്കി
ഞാൻ നിത്യ വിശ്രമത്തിലാണെങ്കിലും
നെഞ്ചത്തമർന്ന ആറടി മണ്ണ്
പിന്നെയും എന്നെ
തോൽപിച്ചുകളഞ്ഞു.

♦

എന്റേതുമാത്രമായൊരാൾ

എനിക്കു മാത്രമായൊരിടം.
എന്റെ ഹൃദയം സൂക്ഷിക്കുമൊരിടം.
എന്റേത് മാത്രമെന്ന് ആശ്വസിച്ച്
അഭിമാനിക്കുന്ന ചില നിമിഷങ്ങളിൽ
'മറ്റൊരാളിന്റേതു കൂടിയാവാം.
അയാൾ' എന്ന ഓർമ
ചില നിമിഷങ്ങളിലെങ്കിലും
എന്നെ അലോസരപ്പെടുത്താറുണ്ട്.
ആ നിമിഷം സർവശക്തിയും സംഭരിച്ച്
അവിടെനിന്ന് എന്റെ മനസ്സ്
കുതറിമാറും.
എത്രമേൽ ആഴത്തിൽ സ്നേഹിച്ചുവോ
അത്രമേൽ അകൽച്ചയോടെ.
പക്ഷേ, അടുത്ത നിമിഷം മനസ്സ്
വീണ്ടും അങ്ങോട്ടുതന്നെ ഒഴുകും.
കാരണം അയാൾ തന്നെ പ്രതിഷ്ഠിച്ചിരുന്നത്
എന്റെ ഹൃദയത്തിലായിരുന്നു.
♦

വെറുതെ

'വെറുതെ' എന്ന വെറും വാക്ക്
വെറുതെന്നാണ്
വെറുതെയായി മാത്രം
ഒന്നുമില്ലല്ലോ.

വെറുതെയായിരുന്നില്ല ഒന്നും
എന്നതിന്റെ ഏറ്റുപറച്ചിലുകളാണ്
'വെറുതെ' എന്ന നിസ്സംഗതയിൽ
നിർവികാരമായി വീണ്ടും വീണ്ടും
തെളിയുന്നത്.
♦

കടൽ

പ്രഭാതങ്ങൾ അവളെ
കോടമഞ്ഞിൻ പുതപ്പ് പൊതിഞ്ഞപ്പോൾ
ഒരു ചൂടു നിശ്വാസത്തിന്റെ
സാമീപ്യം പോലും അവൾക്കന്യമായി.

മധ്യാഹ്നങ്ങളിൽ അവളുടെ
മാറിടങ്ങൾ ചുട്ടുപഴുത്ത
തീക്കാറ്റിൻ കൈകളിൽ
വീണ്ടും വീണ്ടും ഞെരിഞ്ഞമർന്നു.

സായാഹ്നങ്ങളിൽ ചുണ്ടുകളിൽ
ചെഞ്ചായം പൂശിയ
പകലോന്റെ പരിരംഭണങ്ങളേറ്റ്
അവൾ ശാന്തമായുറങ്ങി.

♦

ബോധ്യങ്ങൾ

സുഖത്തിനും ദുഃഖത്തിനും
ഇടയിലുള്ള
ഒരു ഞാണിന്മേൽ കളിയാണ്
ജീവിതം.
സ്വയം സന്തോഷം കണ്ടെത്തുന്നതിനേക്കാൾ
അങ്ങനെയാണെന്ന്
വരുത്തി തീർക്കാനുള്ള ബദ്ധപ്പാടുകൾ
ആയിരുന്നു.
ഇനിയൊന്ന് ഒറ്റയ്ക്കിരിക്കണം.
എന്റെ സങ്കടങ്ങളെ
കെട്ടിപ്പിടിച്ചൊന്ന്
ഉറക്കെ കരയണം.
ആരും കാണാതെ!
പിന്നെ,
എന്റെ സന്തോഷങ്ങളെ
ഇറുകെ പുണർന്നൊന്ന്
ഉറക്കെച്ചിരിക്കണം
എല്ലാവരും കാൺകെ...
എന്നിട്ട് എനിക്ക് എന്നോട് പറയണം
ഞാൻ സന്തോഷവതിയാണ്.
♦

അനുഭൂതി

താഴിട്ടു പൂട്ടിയ മനസ്സിൻ ചില്ലകൾ
തളിരിട്ടതെങ്ങനെയോ?
ആരോ നിലാവോ...?
പുൽകിയുണർത്തിയതാരോ...

കാറ്റു തഴുകിയൊരാ ദലമർമ്മരങ്ങൾ
കുളിരിന്റെയാലസ്യമണിഞ്ഞു...
സുഖമുള്ളൊരാ സുഗന്ധ-
ത്തേരേറി ഞാൻ പിന്നെ
സുമുഖിയാം ഋതുമതിയെപോൽ
ഒരു മഞ്ജീര മൃദുസ്വന താളം

ആത്മാനുരാഗത്തിൻ ആകാശനീലിമ
ആർദ്രതയോടെന്നെ വിളിച്ചു...
അറിയാതെയറിഞ്ഞൊരാ
സുഖമുള്ള സ്പർശത്തിൽ
പിന്നേതോ മുകിലിന്റെ ചിറകിൽ
പ്രണയാർദ്രയായീ ഞാൻ പാറി.

ആകാശത്താഴ്വര തേടി ഞാൻ പിന്നെ...
ആത്മാവിൻ രാഗങ്ങൾ പാടാൻ
പറയാതെ പറഞ്ഞതും
പറയാൻ കൊതിച്ചതും
ആത്മഗതങ്ങളായ് മൂളി
മധുരാനുഭൂതിയായ് മൂടി.

♦

ഒരു ശിശുദിനം കൂടിപുലരുമ്പോൾ...!

പൊട്ടിപ്പുറപ്പെടുന്നതിനു മുമ്പേ
വറ്റിവരണ്ടു പോയൊരു
പുഴയാണു ഞാൻ!
അമ്മ തൻ ഗർഭപാത്രത്തിൻ ചൂടും പറ്റി
ഒരു പുലരിയെ സ്വപ്നം കണ്ട ഞാൻ
എൻ മാതൃഹൃദയം തന്നെ
എൻ ജീവന്റെ അന്തകനുമായി!

പിന്നെ,
          പലരിലും ഞാൻ കണ്ടു
          എന്നെ, പല പല രൂപത്തിൽ
          ഭാവത്തിൽ, വേഷത്തിൽ...
അച്ഛനാരമ്മയാരെന്നറിയാത്തൊ-
രെൻ സോദരങ്ങളിൽ
അറിഞ്ഞിട്ടും അറിയപ്പെടാനാവാത്ത
മേൽവിലാസത്തിന്നുടമകൾ!
അച്ഛനും അമ്മയ്ക്കും തന്നെ ഭാരമായിട്ടുള്ളോർ!
ഭാരമാണെന്നറിഞ്ഞിട്ടും ജീവിതഭാരം പേറാൻ
വിധിക്കപ്പെട്ടവർ!

പിന്നെയും,
          ഞാൻ കണ്ടു, എന്നെ
          ജീവിത വഴിയാത്രയിൽ,
          പല പല രൂപത്തിൽ
          ഭാവത്തിൽ, വേഷത്തിൽ...
സ്വന്തം താതന്റെ, സോദരന്റെ
കാമമുനയുള്ള കണ്ണുകളിൽ നിന്ന്
ഉഴറി മാറാനാവാതെ പേടിച്ചരണ്ട്...

സ്വന്തം അമ്മതൻ ഒത്താശയാൽ,
കാമവെറി പൂണ്ട
കഴുകന്മാരുടെ കൈകളിൽ
പിടയുന്നൊരെൻ പിഞ്ചുബാല്യത്തെ...
അറിവും അക്ഷരവു-
മോതിത്തന്നൊരെൻ ഗുരുനാഥൻ,
എന്നിലെ അറിവിന്റെ
മാനങ്ങൾ തെരഞ്ഞതും
'അക്ഷരമഗ്നിയാണ്, അഭിമാനമാണ്
ഉള്ളിൽ നിറയ്ക്കുക
അക്ഷരാഗ്നി', എന്ന്
ചൊല്ലി പഠിപ്പിച്ചൊരെൻ
ഗുരുനാഥൻ തന്നെ, പിന്നെ-
യെന്നാത്മാഭിമാനത്തിന്റെ
ചിറകുകൾ അഗ്നിയിലെരിച്ചതും...

പിന്നെയും
കണ്ടു, ഞാനെന്നെ
പല പല രൂപത്തിൽ
ഭാവത്തിൽ, വേഷത്തിൽ...
ചിതറിയ മുടിയും ഇടറിയ മനവും
വാടിയ മുഖവുമായിട്ടാ-
ആ തെരുവോര ബാല്യങ്ങളിൽ,
വഴിയോരങ്ങളിൽ,
നൊന്തുപ്രസവിച്ചോരമ്മയ്ക്കും വേണ്ടാതെ
റെയിൽവേപ്പാളങ്ങളിൽ,
കുറ്റിക്കാട്ടിൽ, പിന്നെ
കക്കൂസിൻ ക്ലോസറ്റിലും!
പെണ്ണായി പിറന്നെന്നൊ-
രൊറ്റ കുറ്റം കൊണ്ട്

നൊന്തുപെറ്റ തന്നമ്മയും കാണും മുമ്പേ,
ദല്ലാളാൽ വിൽക്കപ്പെട്ടവൾ!

പിന്നെയും,
കണ്ടു, ഞാനെന്നെ
പല പല രൂപത്തിൽ
ഭാവത്തിൽ, വേഷത്തിൽ...
എല്ലാമുണ്ടായിട്ടും
എല്ലാരുമുണ്ടായിട്ടും
ആരോരുമില്ലാത്തവളെപ്പോൽ
സ്വന്തം വീട്ടിൽ
ഏകാകിയായതും
വെളുത്ത പകലുകളെ വെറുത്ത്
ഇരുണ്ട രാവിന്റെ
തണുത്ത നെഞ്ചിലമരാൻ,
ആശ്ലേഷിക്കാൻ
കൊതിച്ചതും
നീണ്ട വാഗ്വാദങ്ങൾക്കും
കോലാഹലങ്ങൾക്കു-
മൊടുവിൽ
അച്ഛനോ ശരി, അതോ അമ്മയോ?
എന്നറിയാതെ മനമുഴറിയതും
അറിഞ്ഞിട്ടും
തുറന്നു പറയാനാവാതെ
മനമിടറിയതും
ഒടുവിൽ,
നിറഞ്ഞമിഴികൾ
കവിഞ്ഞൊഴുകുന്നതാരും
അറിയാതിരിക്കാൻ
നനഞ്ഞ മഴയെ പ്രണയിച്ചതും...

പിന്നെയും,
കണ്ടു ഞാനെന്നെ
പല പല രൂപത്തിൽ
ഭാവത്തിൽ, വേഷത്തിൽ...
പ്രഭാതമെത്തും എന്നെങ്കിലും
എന്ന എൻ പിഞ്ചു പ്രതീക്ഷക്കുമേൽ
നിത്യ തമസ്സിന്റെ പടിഞ്ഞാറിനെ
ചൂണ്ടിക്കാണിച്ചോരേ...
ഇല്ല, കാണേണ്ട
ഇനി എനിക്കെന്നെ
മനം മടുപ്പിക്കുന്ന ഈ കാഴ്ചകൾ എനിക്കു മടുത്തു
വിടരും മുമ്പേ ഞെട്ടറ്റു വീഴ്ത്തിയൊരാ-
പ്പൂമൊട്ടായതിനെയോർത്ത്
എൻ കുഞ്ഞുമനമിന്നാഹ്ലാദിക്കുന്നു.
എങ്കിലും,
ചില നേരമെൻ മന-
ക്കണ്ണാടിയിലേക്കോടിയെത്തുന്നു
പൊട്ടിച്ചിരിച്ചു, നുരകൾ ഞൊറിഞ്ഞു
പതഞ്ഞൊഴുകുന്നൊരാ
പുഴയും!
വിടർന്നു വിലസി പുഞ്ചിരി തൂകി
സുഗന്ധം പരത്തുന്നൊരാ-
പ്പൂവും!
എൻ പിഞ്ചു ചുണ്ടുകൾ-
ക്കിക്കിളി കൂട്ടിയമൃതു ചുരത്തുന്നൊ-
രെന്നമ്മതൻ
മുലക്കണ്ണുകളും...!
♦

നീ എന്റെ സൂര്യൻ

ആരായിരുന്നു നീ
എന്നെനിക്കറിയാതെ
എന്തിനോ നിന്നെ
ഞാനാഗ്രഹിച്ചു, നിന്റെ
സ്നേഹസാമീപ്യം
ഞാൻ ആസ്വദിച്ചു.

എൻമനോവീണയിൽ
മീട്ടുവാൻ പാട്ടുകൾ
തിങ്ങിനിറഞ്ഞു
കവിഞ്ഞനേരം
കേൾക്കുവാനാരുമില്ലാതെ-
യെന്നിടനെഞ്ചിലവ-
യോരോ വിങ്ങലായ്
തേങ്ങിയപ്പോൾ.

എൻമൗനഗദ്ഗദം
ഉള്ളാലറിഞ്ഞുനീ
എന്നാത്മരാഗത്തി
ന്നീണങ്ങൾ മൂളി നീ
എൻചാരെ ചേർന്നിരു-
ന്നെന്നെ തഴുകി നീ
പാടാത്ത കേൾക്കാത്ത
രാഗം മെനഞ്ഞു നീ.
നിൻവിരൽ സ്പർശിച്ച
നേരമെൻ തന്ത്രികൾ
അറിയാതെ മധുരമായ്
പാടിയതും...!

ആരായിരുന്നു നീ എന്നെനിക്കറിയാതെ
എന്തിനോ നിന്നെ ഞാനാഗ്രഹിച്ചു.
നിന്റെ സ്നേഹസാമീപ്യം
ഞാനാസ്വദിച്ചു.

ഒരു കുഞ്ഞുതണലിന്റെ
കുളിരിനായ് മോഹിച്ചു
ചുറ്റിലും പരതി-
യുഴറിയപ്പോൾ
ഒരുകുടം കുളിരുമായ്
നീ വന്നു നിത്യമാം
തണലായി നീ പിന്നെ
മാറിയതും.
എൻമനോഭാരമൊ-
രല്പ നേരത്തേയ്ക്ക്
തലചായ്ച്ചുറങ്ങാനിടം
തേടിയലഞ്ഞപ്പോൾ
താരാട്ടിന്നീണമായ്
മുലപ്പാലിന്റെ മധുരമായ്,
അമ്മയായ് നീയെന്റെ
ചാരത്തണഞ്ഞതും!

അനുഭവച്ചൂളയിൽ
വെന്തയാഥാർഥ്യങ്ങൾ
കേവലകഥകളായ്
മുദ്രകുത്തപ്പെട്ട്
പരിഹാസ്യയായി ഞാൻ
നൊന്തു പിടഞ്ഞപ്പോൾ
നീ മാത്രമാണെന്റെ
നേരെന്നു ചൊല്ലി നീ

നോവുമാത്മാവിനെ തഴുകിയതും...
ഒരു വസന്തത്തെ ഞാൻ
നട്ടു നനച്ചിട്ടും
ഒരു നന്ദിവാക്കാരും
ചൊല്ലാതെ പോയപ്പോൾ
നീയാണു നിത്യ വസന്ത-
മെന്നോതി നീ
എന്നെ നിൻ മാറോടു
ചേർത്തു പിടിച്ചതും!
താങ്ങേണ്ട, കരുതേണ്ട,
കരുത്താകേണ്ടവർ തന്നെ
എന്നാത്മാഭിമാനത്തെ
സഭയിലാക്ഷേപിച്ചും...
ആത്മാവിൽ മുൾമുടി
ചാർത്തി ചിരിച്ചപ്പോൾ
മയിൽപ്പീലി സ്പർശമായ്
ചാരത്തുവന്നു നീ

 പിന്നിരുകൈകൾ നീട്ടിനിൻ
 നെഞ്ചോടു ചേർത്തെന്റെ
 നെറുകയിൽ ചുംബന
 ലേപന മേകിയും

ജീവിതയാത്രതൻ
ദുർഘട വഴികളിൽ
കല്ലിലും മുള്ളിലു
മിടറിയപ്പോൾ
മുമ്പോട്ടു ചുവടുകൾ
നീങ്ങാതെൻ പാദവും
മനസ്സുമൊരേ പോൽ
തളർന്നനേരം

എൻചാരെ
ഓടിയണഞ്ഞിട്ട്
പിന്നെ നീ
എന്നെയുമേറ്റി
യാത്ര തുടർന്നതും...
ദൂരങ്ങൾ താണ്ടുവാനുണ്ടു
ബഹുദൂരം
എന്നോതി പിന്നെ യെൻ
താങ്ങായി മാറിയതും

ജീവിത വേദിയിൽ
നിഷ്ഫല സത്യങ്ങൾ
കണ്ടു മടുത്തു
തിരിഞ്ഞു നടന്നപ്പോൾ
പിന്നാലെ വന്നിട്ടു
നോവാതെ തല്ലി നീ
ധീരമായ് പോരാടാൻ
ധൈര്യം പകർന്നതും...!
ഒന്നുമല്ലായിരുന്നെന്നറിഞ്ഞിട്ടും നീ...
നട്ടുനനച്ചു വളർത്തിയെന്നെ
എൻകുഞ്ഞുമുള്ളുകൾ
നിൻ മൃദുമേനിയിൽ
പലകുറി കുത്തി മുറിപ്പെടുത്തി...
കരൾനൊന്ത നേരത്തും
കരളോടു ചേർത്തുനീ
'കരയല്ലെ' ന്നോതിയെൻ
കാതുകളിൽ...!
അറിയുന്നു ഞാനിന്ന്
ആരാണെന്നെന്നു നീ...

എൻ കരളിന്റെ കനവിന്റെ
കൂട്ടുകാരാ....
നീയെന്റെ സൂര്യൻ
ഹൃദയാകാശ സൂര്യൻ
നിത്യചൈതന്യത്തിന്നുറവിടവും...!
നമിക്കുന്നു നിന്നെ
പ്രണമിക്കുന്നു നിന്നെ
നിൻ, സൗമ്യമാം ദീപ്തമാം
സ്നേഹഭാവത്തെയും...!
♦